Rẹt Rai-đing Hụt đang vui chơi trong vườn sau lần thử thách gay go của cô bé với con chó sói hung ác đó.

"Rẹt Rai-đing Hụt," mẹ cô bé gọi, "Mẹ vừa làm xong bánh kẹp ngọt, vào đây và lấy một cái. Sao không lấy vài cái bánh đưa cho Ba?"

Giờ đây Rẹt Rai-đing Hụt vẫn cảm thấy hơi lo sợ đi vào trong rừng. Nhưng Mẹ cần cô bé giúp, và Ba ưa thích bánh ngọt của ông. Vì vậy, cô bé bằng lòng đi.

Red Riding Hood was playing in the garden after her terrible ordeal with that nasty wolf.

"Red Riding Hood," called her Mum, "I've made cookies, come and get one. Why not take some to Dad?"

Now Red Riding Hood still felt a bit nervous about going into the wood. But Mum needed her help, and Dad loved his cookies. So, she agreed to go.

Her Mum counted ten freshly made cookies into a basket. 2, 4, 6, 8, 10.
Red Riding Hood gave her Mum a big hug and off she went.

Mẹ cô bé đếm lấy 10 cái bánh kẹp vừa làm xong cho vào trong một cái rổ.
2, 4, 6, 8, 10.
Rẹt Rai-đing Hụt ôm mẹ thật chặt và cô bé bước đi khỏi.

Cô bé đi chưa xa lắm khi em nghe một giọng nói nhỏ nhẹ: "Rẹt Rai-đing Hụt, Rẹt Rai-đing Hụt, em có đồ ăn không? Tôi bị mắc kẹt trong cái tháp này lâu quá rồi và tôi đang đói lắm."
"Đưa cái rổ xuống đây," Rẹt Rai-đing Hụt nói, "Em cho bạn một cái bánh kẹp ngon lắm vừa mới làm xong."

She hadn't gone far when she heard a small voice: "Red Riding Hood, Red Riding Hood, have you any food? I've been stuck up in this tower for ages and I'm starving."
"Send down your basket," said Red Riding Hood. "I have a delicious, freshly made cookie for you."

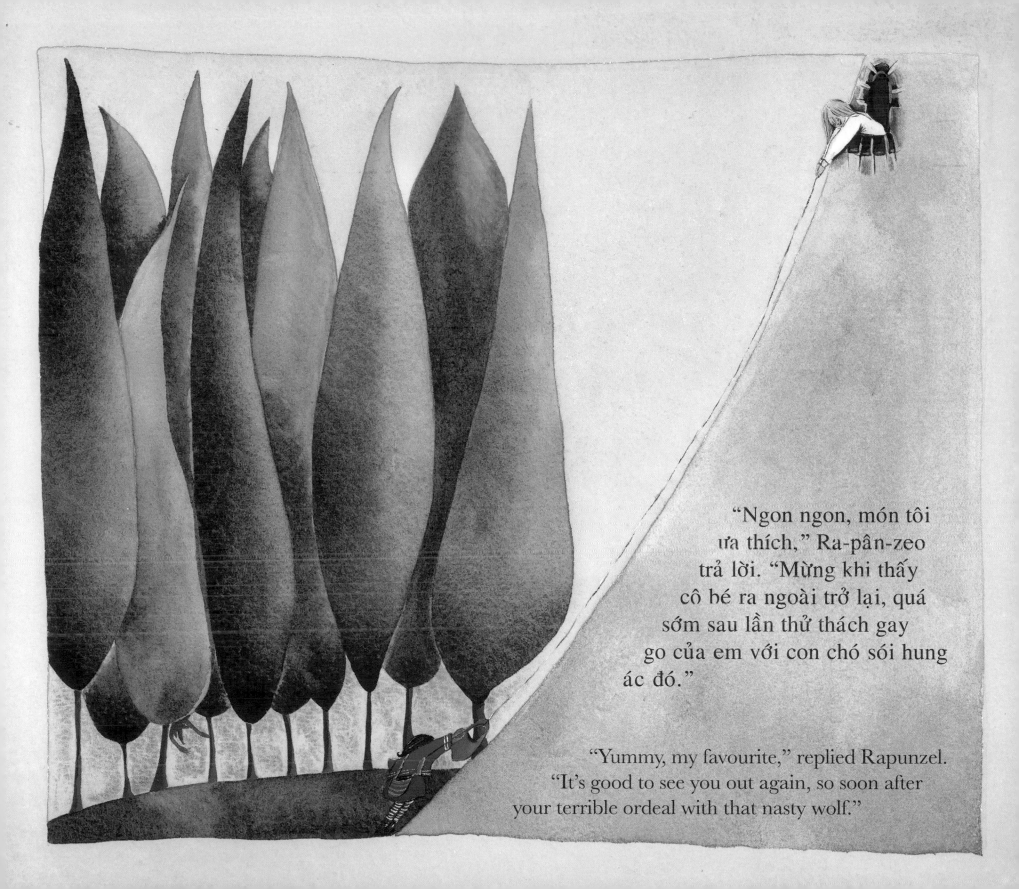

"Ngon ngon, món tôi ưa thích," Ra-pân-zeo trả lời. "Mừng khi thấy cô bé ra ngoài trở lại, quá sớm sau lần thử thách gay go của em với con chó sói hung ác đó."

"Yummy, my favourite," replied Rapunzel. "It's good to see you out again, so soon after your terrible ordeal with that nasty wolf."

Rẹt Rai-đing Hụt lại lên đường để trao các bánh
kẹp mới làm ra cho cha của em.
Cô bé nhìn vào trong cái rổ của mình.
10 trở thành 9!

Red Riding Hood set off again to deliver the
freshly made cookies to her Dad.
She looked into her basket.
10 had become 9!

Một lúc sau cô bé tới nhà của ông và bà Gấu. Họ đang ngồi quanh cái bàn trong vườn của họ với bé Gấu Con nhìn chăm chú vào trong ba cái tô trống trơn.
"Rẹt Rai-đing Hụt, Rẹt Rai-đing Hụt, cô bé có thức ăn không? Chúng tôi đói lắm. Kẻ nào đó đã ăn hết món lúa mạch sữa của chúng tôi rồi!"

After a while she arrived at Mr and Mrs Bear's house. They were sitting around their garden table with Baby Bear staring into three very empty bowls.
"Red Riding Hood, Red Riding Hood, have you any food? We're starving. Someone's eaten all our porridge!"

Giờ đây Rẹt Rai-đing Hụt là một bé gái tốt bụng và cô bé cho một cái bánh kẹp mới làm vào trong mỗi cái tô của họ.

Now Red Riding Hood was a kind little girl and she popped one freshly made cookie into each of their bowls.

"Ồ, cám ơn," các con gấu nói. "Mừng khi thấy em ra ngoài trở lại, quá sớm sau lần thử thách gay go của em với con chó sói hung ác đó."

"Oooooh, thank you," said the bears. "It's good to see you out again, so soon after your terrible ordeal with that nasty wolf."

Rẹt Rai-đing Hụt tiến bước.
Cô bé nhìn vào trong cái rổ của mình.
9 trở thành 6!
Cô bé đi chưa xa khi em tới nhà của Bà nội.
"Em phải gặp để xem Bà nội ra sao sau lần thử thách gay go của
em với con chó sói hung ác đó," Rẹt Rai-đing Hụt suy nghĩ.

Red Riding Hood marched on. She looked into her basket.
9 had become 6!
She hadn't gone far when she reached Grandma's house.
"I must see how Grandma is after her terrible ordeal with
that nasty wolf," thought Red Riding Hood.

Bà nội ở trên giường.
"Bà nội, Bà nội có vẻ đang đói bụng,"
Rẹt Rai-đing Hụt nói.

Grandma was in bed.
"Grandma, Grandma, you look starving," said Red
Riding Hood.

"Bà nội phải lấy một trong những cái bánh kẹp Mẹ làm ở nhà. Cháu mang vài cái cho Ba, và ba sẽ không phiền bà đã lấy một cái."

"Cám ơn cháu yêu quí," Bà nội nói. "Cháu là một cô gái có suy nghĩ. Bây giờ hãy chạy đi và đừng để ba cháu chờ đợi."

"You must have one of Mum's home made cookies. I'm taking some to Dad, and he won't mind you having one."

"Thank you dear," said Grandma. "You are a thoughtful girl. Now run along and don't keep your father waiting."

Rẹt Rai-đing Hụt hôn vào má của Bà nội và chạy vội để tìm đến cha cô bé.
Cô bé nhìn vào trong cái rổ của mình. 6 trở thành 5!

Red Riding Hood gave Grandma a kiss on the cheek and rushed off to find her Dad.
She looked into her basket. 6 had become 5!

Một lúc sau cô bé tới dòng sông. Ba con dê đực quá gầy ốm đang nằm trên một khoảnh cỏ màu hơi nâu.
"Rẹt Rai-đing Hụt, Rẹt Rai-đing Hụt, cô bé có thức ăn không? Chúng tôi đói quá."

After a while she reached the river. Three very scrawny billy goats were lying on a patch of rather brown grass.
"Red Riding Hood, Red Riding Hood, have you any food? We're starving."

"Chúng tôi không thể nào vượt qua cây cầu để ăn cỏ xanh tươi mát được," các con dê nói. "Có một kẻ lùn đói ăn và hèn hạ đang chờ đợi để ăn thịt chúng tôi."

"We can't cross the bridge to eat the lush green grass," they said. "There's a mean and hungry troll waiting to eat us."

"Tội nghiệp chúng mầy, thử ăn vài cái bánh kẹp làm tại nhà xem, bánh ngon lắm. 1, 2, 3."

"You poor things, try some home made cookies, they're delicious. 1, 2, 3."

"Cô bé tốt bụng quá," những con dê đực nói.
"Mừng khi thấy em ra ngoài trở lại, quá sớm
sau lần thử thách gay go của em với con chó
sói hung ác đó."

"You're very kind," said the billy goats. "Nice to see you out again, so soon after your terrible ordeal with that nasty wolf."

Rẹt Rai-đing Hụt chạy tiếp. Cô bé
nhìn vào trong cái rổ của mình.
5 trở thành 2!
"Dù sao ít ra cũng không có con
chó sói hung ác nào ở quanh đây,"
Rẹt Rai-đing Hụt suy nghĩ.
Ngay lúc đó...

Red Riding Hood ran on. She looked
into her basket. 5 had become 2!
"Well at least there aren't any nasty
wolves around here," thought Red
Riding Hood.
Just then…

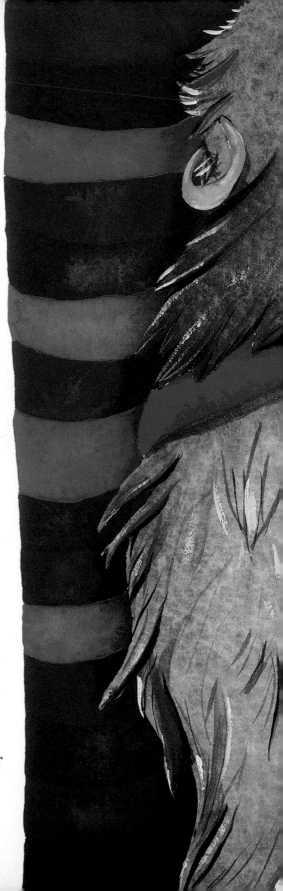

...một con chó sói nhảy vọt ra ngay phía trước cô bé.
"Nào, nào, nào!" con chó sói nói. "Nếu không phải là Rẹt Rai-đing
Hụt ra đây nữa, quá sớm sau lần thử thách gay go của cô bé với anh
tôi. Gặp cô bé làm tôi cảm thấy đói bụng quá."
"Mày không thể nào có được cái bánh nào cả," Rẹt Rai-đing Hụt
kêu the thế lên.

...a wolf jumped out in front of her.
"Well, well, well!" said the wolf. "If it isn't Red Riding Hood out again, so soon after
your terrible ordeal with my brother. Seeing you makes me feel rather peckish."
"You can't have any of my cookies," squeaked Red Riding Hood.

"Tôi đâu có nghĩ đến mấy cái bánh kẹp," con chó sói ăng ẳng lên trong lúc nó nhẩy chồm về phía cô bé.

"I wasn't thinking about cookies,"
growled the wolf as he leapt towards her.

Nghe tiếng kêu thét, cha cô bé xuất hiện vung lên cái búa rìu của ông.

Hearing a scream, her Dad appeared wielding his axe.

"Chạy Rẹt Rai-đing Hụt! Chạy!" ông la hét trong lúc ông xua đuổi con chó sói chạy đi mất.
"Đừng vậy nữa, Rẹt Rai-đing Hụt," Ba nghĩ ngợi.

"Run, Red Riding Hood! Run!" he bellowed as he chased the wolf away.
"Not again, Red Riding Hood," thought Dad.

Cả hai người đều đói bụng sau trận thử thách gay go của họ.
Cô bé cho tay vào trong cái rổ của mình.
"Một cái cho ba và một cái cho con," Rẹt Rai-đing Hụt nói.

They were both hungry after their terrible ordeal.
She reached into her basket.
"One for you and one for me," said Red Riding Hood.

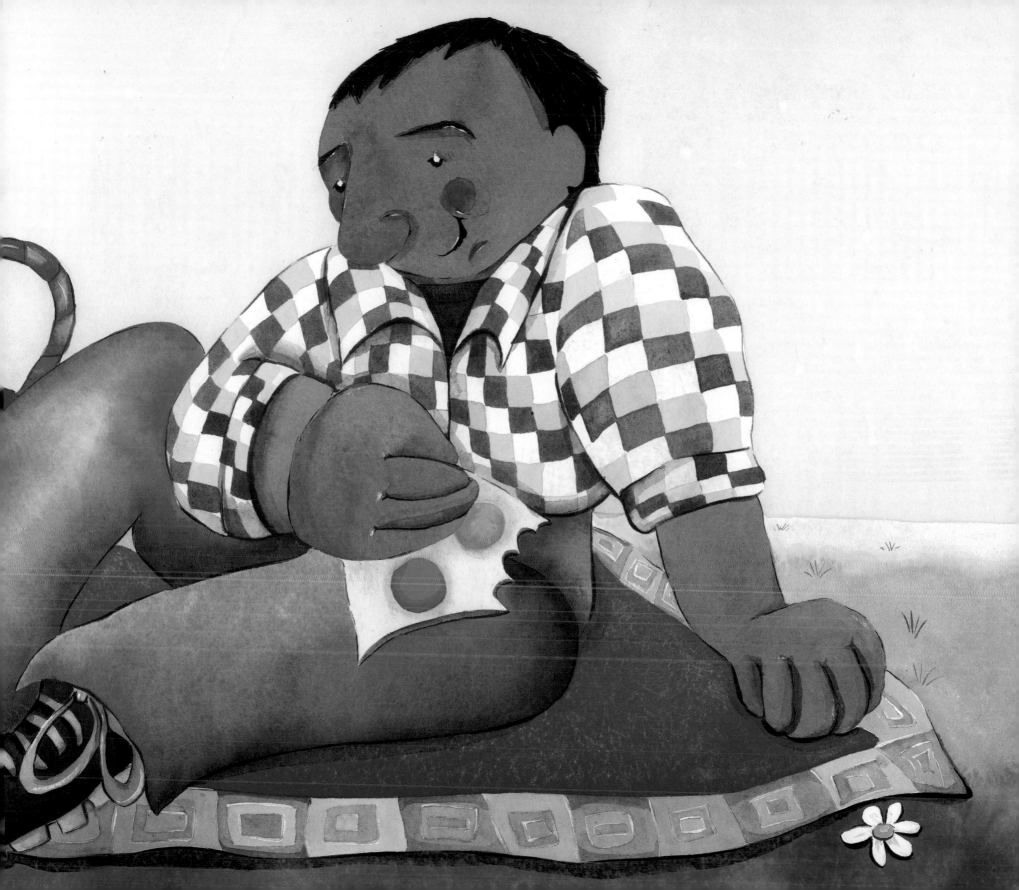

Và lúc đó không còn cái bánh nào hết.

And then there were none.

Text copyright © 2003 Kate Clynes
Dual language and illustrations copyright © 2003 Mantra
All rights reserved.

British Library Cataloguing-in-Publication Data:
a catalogue record for this book is available
from the British Library.

First published 2003 by Mantra
5 Alexandra Grove, London N12 8NU, UK
www.mantralingua.com